சமர்ப்பணம்

இந்த புத்தகத்தை என் அன்பு நண்பர் நகைச்சுவை மன்னன் வடிவேல் பாலாஜிக்கு சமர்ப்பிக்கிறேன். இந்த புத்தகத்தின் மூலம் எனக்கு கிடைக்கும் வருவாயின் ஒரு பகுதியை வடிவேல் பாலாஜி அவர்களின் குடும்பத்திற்கு வழங்குகிறேன்

- தங்கதுரை

Special thanks to

Actor - **Santhanam**

Neeya Nana - **Gopinath**

Director - **Thomson**

My Sincere thanks to

Vijay Television & Team

Director - Ravoofa

Ma ka pa - Anand

Director - Parthiban

T. Malai - Sathiyaraj

முன்னுரை

என்னுடைய முதல் புத்தகத்திற்கு ஆதரவு அளித்த நல்ல உள்ளங்கள் அனைவருக்கும் நன்றிகள் இந்த இரண்டாவது புத்தகத்தில் உள்ள ஜோக்குகள் கண்டிப்பாக உங்களுக்கு சுவாரசியத்தையும் சிரிப்பையும் உண்டாக்கும் என நம்புகிறேன்.

என் பள்ளிப் பருவம் முதலே மிமிக்ரி மற்றும் ஜோக்குகளை சொல்லி நண்பர்களை சிரிக்கவைப்பேன். பிறகு கல்லூரியில் நண்பர்கள் கொடுத்த நம்பிக்கையால் டிவி நிகழ்ச்சியில் நுழைந்தேன் அங்கிருந்து என் திறமைகளை மேலும் மேலும் வளர்த்துகொண்டு நகைச்சுவை நடிகரானேன்.

ஒருநாள் ஒரு பதிப்பகத்திலிருந்து எனது ஜோக்குகளை புத்தகமாக வெளியிட வேண்டுமென்று என்னை அழைத்தனர். அவர்களை சந்தித்து சில ஜோக்குகளை சொன்னேன். அந்த இடமே மயான அமைதியா இருந்தது, அங்கிருந்தவர்கள் யாருமே சிரிக்கவில்லை. எனக்கு பதட்டமாயிடுச்சி, இதெல்லாம் ஒரு ஜோக்கா??? சிரிப்பே வரலைன்னு கத்த ஆரம்பிச்சுட்டாங்க. பிறகுதான் தெரிந்தது! அது என்னை கலாய்க்க ஏற்பாடு செய்யப்பட்ட டிவி Prank நிகழ்ச்சி என்று, இதை நான் ஜாலியாக எடுத்துக்கிட்டாலும் இந்த புத்தகத்திற்கான ஆரம்பம் அதுதான்.

அந்த prank நிகழ்ச்சிக்கு shootingக்கு இடம் தந்த notionpress.com பதிப்பகமே இன்று எனது புத்தகத்தை வெளியிடுவது பெருமையாகவும், மகிழ்ச்சியாகவும் இருக்கிறது.

என்னை ஆதரித்து, அங்கீகரித்து, ரசித்துக் கொண்டிருக்கும் மக்களுக்கும் என் அன்பு ரசிகர்களுக்கும், எனக்கு துணைநிற்கும் என் குடும்பத்தாருக்கும், எனக்கு உயிர் கொடுத்த என் பெற்றோருக்கும், என்னை உற்சாகப்படுத்தும் என் மனைவி அருணாவிற்கும் என்னை என்றும் ஊக்குவிக்கும் நண்பர்களுக்கும் நன்றிகள் கோடி..

தங்கதுரையின்
Thug Life ஜோக்ஸ்

Thangaduraiyin
Thug Life Jokes

ஜோக் 1

ஒரு ஆக்டர் ஒருத்தரு பஸ்ல ட்ராவல் பண்ணிட்டு இருந்தாராம் திடீர்னு அவருக்கு பசி எடுத்துச்சாம்! உடனே பக்கத்துல உட்கார்ந்து இருந்த லேடியோட செயின்ன பிடுங்கி கடிச்சு சாப்பிட்டாராம். ஏன்?

Oru actor orutharu busla travel pannittu iruntharam thidirnu avarukku pasi eduthucham! udane pakkathula utkarndhu irundha ladiyoda chain ha pidungi kadichu saapitaram yen?

ஏன்னா அவர் நகைச்சுவை நடிகராம் அதான் நகையை கடிச்சு சுவைச்சு சாப்பிட்டாராம்.

Yenna avar nagaichuvai nadigaram athan nagaiyai kadichu suvaichu sappittaram.

ஜோக் 2

ஒருத்தன் தலையில இருந்து இலையா கொட்டுச்சாம். ஏன்...?

Oruthan thalaiyila irundhu ilaiya kottucham. Yen...?

ஏன்னா அவன் மரமண்டையாம்.

Yenna avan maramandaiyam.

ஜோக் 3

ஒரு ஆபீஸ்ல எல்லாரும் செல்போன் பேசும்போது மேனேஜருக்கு தெரியாம உக்காந்துட்டு பேசுவாங்களாம், சில பேர் ஓரமா நின்னுட்டு பேசுவாங்களாம், ஆனா ஒருத்தன் மட்டும் நடந்துகிட்டே பேசுவானாம். ஏன்...?

Oru officela ellaarum cellphone pesumbodhu manageruku theriyaama ukkaanthuttu pesuvankalam, sila per orama ninnuttu pesuvangalam. Aana oruthan mattum nadanthukitte pesuvanam. Yen?

ஏன்னா அந்த ஆபீஸ்ல அவனுக்கு செல்வாக்கு (cell walk) அதிகமாம். அதான் வாக் பண்ணிட்டே பேசினானாம்.

Yenna antha officela avanukku selvakku (cell walk) adhikamam. Adhan walk pannitte pesinanam.

ஜோக் 4

குளிச்சுகிட்டே சாப்பிடற ∴புட் (Food) என்ன ∴புட் தெரியுமா?

Kulichukitte sappidra food enna food theriyuma?

சவர்மா.

Savarma.

ஜோக் 5

ஒரு பில்டிங்ல நாலு வீடு இருந்துதாம். திடீர்னு பில்டிங் விரிசல் விட்ருச்சாம். அங்க இருந்த 3 வீட்டுகாரங்க வீட்ட காலி பண்ணிட்டாங்களாம். ஆனா நாலாவது வீட்ல இருந்த அம்மா, பொண்ணு, பையன் மூணு பேரும் பயத்துல கெளம்பிட்டாங்களாம், ஆனா அவங்க அப்பா மட்டும் கெளம்பாம வீட்லயே இருந்தாராம். ஏன்…?

Oru buildingla 4 veedu irunthatham. Thideernu building virisal vitrucham. Anga iruntha 3 veettukaranga veetta kaali pannittangalam. Aana nalavadhu veetla irundha amma, ponnu, paiyan, moonu perum bayathula kelambittangalam. Aana avanga appa mattum kelambama veetlaye iruntharam. Yen?

ஏன்னா அது அப்பார்ட்மெண்ட்டாம் (Apartment). அதான் அப்பா மட்டும் கெளம்பாம அங்கயே இருந்தாராம்.

Yenna adhu apartmentam. Adhan appa mattum kelambama angaye iruntharam.

ஜோக் 6

ஒருத்தன் அவனோட தேவதைய தொலைச்சிட்டானாம். அவள தேடி அமெரிக்காவுக்கு போனானாம். ஏன்...?

Oruthan avanoda dhevathaiya tholaichittanam. Avala thedi americavuku ponanam. Yen?

ஏன்னா அங்கதான் (Loss) லாஸ் ஏன்ஜல்ஸ் (Los Angeles) இருக்காம்.

Yenna angadhan (Loss) los angeles irukam.

ஜோக் 7

ஒருத்தன் பஸ் ஸ்டாண்டுல நின்னுட்டு மேலயே பாத்துட்டு இருந்தானாம். ஏன்...?

Oruthan bus standla ninnuttu melaye parthuttu irunthanam. Yen?

ஏன்னா சேலம் பஸ் 4 மணிக்கு மேலதான் வருமாம். அதான் மேலயே பாத்துட்டு இருந்தானாம்.

Yenna salem bus naalu manikku melathan varumam. Adhan melaye parthuttu irunthanam.

ஜோக் 8

எல்லா ஆறுளையும் மீன் ஓடும் ஏன் பாம்பு கூட ஓடும் ஆனா ஒரு ஆறுல இசையா ஓடிச்சாம் ஏன்?

Ella arulaiyum meen odum yen paambu kooda odum aana oru aarula isaiya odicham yen?

ஏன்னா அது கிட்டாரு .

Yenna athu guitaru.

ஜோக் 9

ஒரு எலியும் ஒரு எறும்பும் ஸ்கூலுக்கு போச்சாம். அதுல எலி மட்டும் தினமும் ஸ்கூலுக்கு போகுமாம், ஆனா எறும்பு ஒரு நாள் விட்டு ஒரு நாள்தான் ஸ்கூலுக்கு போகுமாம். ஏன்...?

Oru eliyum oru erumbum schooluku pocham. Adhula eli mattum dhinamum schooluku pogumam. Aana erumbu oru naal vittu oru naal dhan schooluku pogumam. Yen...?

ஏன்னா அது கட்டெறும்பு (Cut எறும்பு). அதான் ஸ்கூலுக்கு போகாம கட் அடிச்சுதாம்.

Yenna adhu (Cut) katterumbu. Adhan schooluku pogama cut adichudham.

ஜோக் 10

ஒருத்தன் சிக்கன இரும்பு கடையில போட்டு காசு வாங்குனானாம். ஏன்...?

Oruthan chickena irumbu kadaiyila pottu kasu vangunanam. Yen?

ஏன்னா அது கிரில் சிக்கன் (Grill Chicken).

Yenna adhu grill chicken.

ஜோக் 11

ஒரு வக்கீல் கோர்ட்ல வாதம் பண்ணாருன்னா எல்லாரும் அவர் காலில் வந்து விழுவங்களாம் ஏன்

Oru vakkil courtla vaatham pannaruna ellarum avar kalla vanthu vilivangalam Yen?

ஏன்னா அவர் பண்றது ஆசீர்-வாதமாம்.

Yenna avar panurathu aasir-vathama

ஜோக் 12

ஒருத்தன் புதுசா செல் வாங்கிட்டு வந்தானாம் அந்த செல் ல அவன் பேசவே இல்லையாம். ஆன அந்த செல்ல பார்த்துகிட்டே இருந்தானாம் ஏன்?

Oruthan puthusa cell vangitu vanthanam antha cell la avan pesavea illayam. Aana antha cell la pathukitea irunthanam Yen?

ஏன்னா அது பார்-செல் (parcel) அதனாலதான் பார்த்துகிட்டே இருந்தானாம்.

Yenna athu par-cel athanalathan pathukitea irunthanam.

ஜோக் 13

பொதுவா பசங்க ∴பெயிலானா திட்டுவாங்க ஆனா ஒருத்தர் அவங்க பையன் பாஸ் பண்ணதுக்கு அவனை போட்டு செம்ம திட்டு திட்டுனாங்களாம் ஏன்?

Podhuva pasanga fail aana thituvanga aana oruthar avanga paiyan pass pannathukku avanai pottu sema thitu thitunangalam yen?

ஏன்னா அவன் டைம் பாஸ் பண்ணானா.

Yenna avan time pass pannana.

ஜோக் 14

ஜப்பான் மக்கள் இரவு நேரத்துல தும்மல் வந்தா என்ன பண்ணுவாங்க?

Japan makkal iravu nerathula tummal vandha enna pannuvanga?

தும்முவாங்க!

Thummuvanga!

ஜோக் 15

ஒருத்தன் பர்த்டேக்கு கேக் ஆர்டர் பண்ண பேக்கரிக்கு போனானாம், கடைக்காரன் அவன் கிட்ட பாஸ்போர்ட் கேட்டனா ஏன்?

Oruthan birthday ku cake order panna bakery ku ponanam, kadaikkaran avan kitta passport kettana yen?

ஏன்னா அது பிளைன் கேட்காம், பிளைன் கேக்குனா பாஸ்போர்ட் வேணும்ல.

Yenna adhu plain cake aam, plain cakekkuna passport venumla.

ஜோக் 16

ஒரு லைப்ரரில இங்லீஷ் புக், தமிழ் புக்லாம் ஜாலியா இருந்துசாம். ஆனா மேத்ஸ் புக் மட்டும் சோகமா இருந்துசாம் ஏன்?

Oru libraryla English book, tamil booklam jollya irundhucham. Aana maths book mattum sokama irundhucham yen…?

ஏன்னா மேத்ஸ் புக்ல நிறைய ப்ராப்ளம் இருக்காம். அதான் சோகமா இருந்துசாம்.

Yenna maths book-la niraiya problem irukkam. Adhan sogama irundhucham.

ஜோக் 17

ஒரு வீட்ல மூணு கிளி இருந்துச்சாம். ஒரு நாள் திருடன் வந்தானாம். அவன பாத்ததும் ரெண்டு கிளி பறந்து போயிடுச்சாம். ஆனா ஒரு கிளி மட்டும் பரக்கவே இல்லையாம். ஏன்…?

Oru veetla moonu kili irunthucham. Oru nal thirudan vandhanam. Avana pathathum rendu kili parandhu poyiducham. Aana oru kili mattum parakkave illaiyam. Yen?

ஏன்னா அது சங்கிலியாம்.

Yenna adhu sangiliyam.

ஜோக் 18

ஏசுநாதருக்கு பிடிச்ச பிஸ்கட் என்ன தெரியுமா?

Yesunadharukku pidicha biscuit enna theriyuma?

(Marry) மேரி பிஸ்கட் (Marie biscuit).

(Marry) Marie biscuit.

ஜோக் 19

ஒருத்தன் மீனாட்சி அம்மன் கோவிலுக்கு சாமி கும்பிடலாம்னு போய்யிருக்கான் சாமி கும்பிட்டு கண்ண திறந்து பார்த்தானாம்! மீனாட்சி அம்மன் முத்துமாரி அம்மன் ஆயிட்டாங்க சரி மறுநாள் வந்து பார்த்தானாம் அப்போ முத்து மாரியம்மன் கருமாரியம்மனா மாரிட்டு இருந்தாங்களாம் ஏன்?

Oruthan meenatchi amman kovilukku sami kumpidalamnu poyyirukka sami kumbittu kanna thirandhu parthanaam meenatchi amman muthumari amman ah ayittanga sari marunal vanthu parthanam appo muthu maariyamanna karumariyamman ah marittu irunthangalam yen?

ஏன்னா அவங்க மாரியம்மன்னா அதான் மாரிகிட்டே இருந்தாங்களாம்.

Yenna avanga maariyamanna athan marikitte irunthangalam.

ஜோக் 20

பையன்: வாய் எதுக்குமா இருக்கு?

அம்மா: பேசுறதுக்குதா தங்கம்.

பையன்: வாமா வந்து எங்க மிஸ் கிட்ட நல்லா சொல்லுமா, எப்ப பாரு கிளாஸ் ரூம்ல பேசாத பேசாதன்னு திட்டுறாங்க.

Paiyan: Vaai edhukkuma irukku?

Amma: Pesurathukkutha thangam.

Paiyan: Vaama vandhu enga miss kitta nalla solluma, eppa paaru class roomla pesadha pesadhannu thitturanga.

ஜோக் 21

தலையில போடமுடியாத ஆயில் என்ன ஆயில்?

Thalaila podamudiyatha oil enna oil?

ஹா:்ப் பாயில்

Half-boil

ஜோக் 22

ஒருத்தன் டிடெக்டிவ் ஏஜென்சில வேலை செஞ்சுட்டு இருந்தானா, அவன் முதலாளி அவனுக்கு ஒரு வேலை சொன்னாராம், உடனே அவன் என்ன பண்ணான் பைக் எடுத்துட்டு நேரா மெரினா பீச்சுக்கு போய்ட்டு, பீச்சில கடல ரொம்ப நேரமா பார்த்துகிட்டே இருந்தானா, ஏன்?

Oruthan dedective agencyla velai senjuttu irundhana, avan mudhalali avanukku oru velai sonnaram, udane avan enna pannan bike eduthuttu nera merina beachkku poyttu, beachla kadalla vara alaikalai romba nerama parttukitte irunthana, yen?

ஏன்னா அவனை வேவு பார்க்க சொன்னாங்களா அதான் அங்க போய் வேவ் (wave) பாத்துட்டே இருந்தானா

Yenna avanai wave parkka sonnangala adhan anga poy wave pathutte irundhana.

ஜோக் 23

கோவிலுக்கும் சாமிக்கும் என்ன வித்தியாசம்?

Kovilukkum samykkum enna vithiyasam…?

கோவில் சிம்பு படம், சாமி விக்ரம் படம்.

Kovil simbu padam. Samy Vikram padam

ஜோக் 24

ஒருத்தன் ஒரு வீட்ல ஆறு மரம் வளர்த்தானாம். திடீர்னு அஞ்சு மரத்த வெட்டிட்டு ஒரு மரத்த மட்டும் வெட்டாம விட்டுட்டானாம். ஏன்...?

Oruthan oru veetla aaru maram valarthanam. Thideernu anju maratha vettitu oru maratha mattum vettama vittutanam. Yen...?

ஏன்னா கவர்மண்டுதான் வீட்டுக்கு ஒரு மரம் வளர்க்கனும்னு சொல்லுச்சாம். அதான் மீதி அஞ்சு மரத்த வெட்டிட்டானாம்.

Yenna government-dhan veetuku oru maram valarkanumnu sollucham. Adhan meedhi anju maratha vettitanam.

ஜோக் 25

எல்லாரும் செல்போன பாக்கெட்ல வச்சிருப்பாங்களாம். ஆனா ஒருத்தன் மட்டும் கண்ணுல வச்சிருந்தானாம். ஏன்...?

Ellarum cell phone-ah pocket-la vachirupangalam. Aana oruthan kannula vachirundhanam. Yen...?

ஏன்னா அது (eye) ஐ போனாம் (iphone).

Yenna adhu (Eye) iphone-aam.

ஜோக் 26

புருஷன் பொண்டாட்டிக்கு சண்டை வராம இருக்கணும்ன்னா என்ன செய்யணும்?

Purusan pondattikku sandai varama irukkanumna enna seyyanum?

கல்யாணம் பண்ணாம இருக்கணும்!

Kalyanam pannama irukkanum!

ஜோக் 27

ஒரு ஊர்ல ஒரு கல்யாணம் மிக பிரமாண்டமா நடந்தது. அந்த கல்யாணத்துக்கு விஐபி எல்லாம் வந்தாங்களா அந்த கல்யாணத்துல பொண்ணு மாப்பிள்ளை வைரத்தால் ஆன டிரஸ் போட்டு சூப்பரா இருந்தாங்கலாம் ஆனா பொண்ணு தலையில ஈ மொய்ச்சிட்டே இருந்துதாம் ஏன்?

Oru oorla oru kalyanam miga biramaandama nadandhathu. antha kalyanathukku VIP ellam vanthangala antha kalyanathula ponnu mappillai vairathal aana dress pottu supera irunthangalam aana ponnu thalaiyila ee moichitte irundhudham yen?

ஏன்னா அந்த கல்யாணம் ஜாம் ஜாம் நடக்குதாம்.

Yenna antha kalyanam jam jamnu nadakkutham.

ஜோக் 28

ஒரு ஊர்ல ஒரு பெரிய தென்னைமரம் இருந்துதாம் அந்த தென்ன மரத்தை சுத்தி எப்பவுமே போலீஸ் பாதுகாப்பு போட்டு இருப்பாங்களா ஏன்?

Oru oorla oru periya thennaimaram irundhutham antha thennai marathai suthi eppavume police pathukappu pottu iruppankala yen?

ஏன்ன அந்த தென்னை மரத்துல அடிக்கடி கொலை விழுமாம்.

Yenna antha thennai marathula adikkadi kolai vilumam.

ஜோக் 29

நேதாஜி போஸ்டரும் காந்திஜி போஸ்டரும் ஒரு செவுத்துல ஒட்டி இருந்துதாம். ஒரு ஆடு என்ன பண்ணுச்சாம் நேதாஜி போஸ்டர கடிச்சு சாப்பிட்டுச்சாம். ஆனா காந்தி தாத்தா போஸ்டர சாப்பிடலயாம். ஏன்...?

Nethaji poster-um Gandhiji poster-um oru sevuthula otti irundhudham. Oru aadu enna pannucham nethaji poster-ah kadichu sappittucham. Gandhi thattha postera sapidalayam. Yen...?

ஏன்னா காந்தி தாத்தா கையில கம்பு வச்சிருந்தாராம்.

Yenna Gandhi thattha kaiyila kambu vachirundharam.

ஜோக் 30

டீச்சர்: சுரேஷ், எழுந்து நில்லு. கிளாஸ் ரூம்ல குறும்பு பண்ண கூடாதுன்னு எத்தனை முறை சொல்லி இருக்கேன்.

ஸ்டுடென்ட்: 28 முறை சொல்லி இருக்கீங்க இன்னியோட சேர்த்து 29 முறை.

Teacher: Suresh, elunthu nillu. Class roomla kurumbu panna koodathunnu ethanai murai solli irukken.

Student: 28 Murai solli irukkinga inniyoda serthu 29 murai.

ஜோக் 31

எல்லாருக்கும் இரண்டு கை இருக்கும் ஒருத்தருக்கு மூணாவதா ஒரு கை இருந்துச்சா ஆனா அந்த கையை வைத்து அவரால ஒன்னும் பண்ண முடியலயாம் ஏன்?

Ellarukkum irandu kai irukkum orutharukku moonavatha oru kai irunthucha aana antha kaiyai vaithu avarala onnum panna mudiyalayam yen?

ஏன்னா, அது அவன் வழுக்கையாம்.

Yenna, athu avan valukkaiyam.

ஜோக் 32

உலகத்தில் நிறைய சாமியார்கள் இருக்குறாங்க அதுல சில சாமியார்லாம் பாத்தீங்கன்னா புலித்தோல் மேல உட்கார்ந்து தியானம் பண்ணுவாங்க ஏன் தெரியுமா?

Ulakathil niraiya samiyar irundhangala adhula sila samiyar ellam pathinganna puli thol mela utkarnthu dhiyanam pannuvanga yen theriyuma?

ஏன்னா புலி மேல உட்கார்ந்து தியானம் பன்னுனா புலி கடிச்சிடும்ல அதான் புலித்தோல் மேல உட்காந்து தியானம் பண்ணுவாங்களாம்.

Yenna puli mela ukkanthu dhiyanam pannuna puli kadichidum la adhan puli thol mela utkanthu dhiyanum pannunangalam.

ஜோக் 33

பொதுவா மியூசிக்ல வீணை புல்லாங்குழல் இந்த ரெண்டு இன்ஸ்ட்ருமென்ட்மே ரொம்ப முக்கியமான இன்ஸ்ட்ருமென்ட். இந்த ரெண்டுத்துல எது வாசிக்கிறது ஈஸி?

Pothuva music la veenai pullangulal intha rendu instrument mea romba mukkiyamana instrument, ithula ethula vasikkirathu easy? Intha renduthula ethula vasikkirathu easy?

வீணைதான் ஈஸியா வாசிக்க முடியும். ஏன்னா அது ரெண்டு எழுத்து 'வீ - ணை'. புல்லாங்குழல், ஏழு எழுத்து, அது மட்டுமில்லாமா ரொம்ப லாங், புல் - லாங் குழல் அதனால அது கஷ்டம்.

Veenai dhan. Yenna athu rendu eluthu 'veenai'. Ithuve pullangulal, 7 eluthu, athu romba long, pullongulal athanala athu kastam.

ஜோக் 34

உலகத்திலேயே தண்ணீர் இல்லாத கடல் எங்க இருக்கு?

Ulagathileye thanneer illatha kadal enga irukku?

வேர்ல்ட் மேப்ல இருக்கு.

World map la irukku.

ஜோக் 35

நம்ம ஊர்ல சில பேர் துணி துவைக்கவே கஷ்டப்படுவாங்க. ஆனா டன் கணக்குல துணி துவைக்குற ஊர் எது தெரியுமா?

Namma oorla sila per thuni thuvaikkave kashtapaduvanga. Aana ton kanakula thuni thuvaikura oor edhu theriyuma?

வாஷிங்டன் (Washing Ton).

washington

ஜோக் 36

ஒரு பையன் ஸ்கூலுக்கு உட்கார்ந்து உட்கார்ந்து போனானாம். ஏன்...?

Oru paiyan schooluku utkarndhu utkarndhu ponanam. Yen...?

ஏன்னா அவங்க அப்பா அவன நிக்காம போகனும்னு சொன்னாராம். அதான் உக்காந்து போனானாம்.

Yenna avanga appa avana nikkama pokanumnu sonnaram. Adhan ukkarndhu ponanam.

ஜோக் 37

ஒருத்தன் எப்பவுமே பிராய்லர் கோழி சாப்பிட மாட்டானா, எப்ப சாப்பிட்டாலும் நாட்டுக்கோழி மட்டும் தான் சாப்பிடுவான்னா ஏன்?

Oruthan eppavume broiler koli sappida maattana, eppa sappittalum nattukkoli mattum dhan sappiduvanna yen?

ஏன்னா அவனுக்கு நாட்டு பற்று அதிகமாம்.

Yenna avanukku nattu patru athigamam.

ஜோக் 38

ஒருத்தன் டெய்லி தூங்கும்போது தலகானிக்கு அடியில டிக்ஷனரிய வச்சு தூங்குவானாம். ஏன்...?

Oruthan daily thoongumbodhu thalakaniku adiyila dictionary-ya vachi thoonguvanam. Yen...?

ஏன்னா அவன் தூங்கும்போது அர்த்தமில்லாத கனவு வருதாம். அதான் அர்த்தம் தெரிஞ்சிக்குறதுக்காக வச்சிருக்கானாம்.

Yenna avan thoongumbodhu arthamilladha kanavu varudham. Adhan artham therinjukiradhukaga vachirukkanam.

ஜோக் 39

ஒரு கம்பெனில ஒருத்தனுக்கு பலாப்பழத்த சம்பளமா குடுத்தாங்களாம். ஏன்...?

Oru companyla oruthanuku palapalatha sambalama kuduthangalam. Yen...?

ஏன்னா அவன் சொலையா சம்பளம் கேட்டானாம். அதான் பலாப்பழ சொலைய குடுத்துட்டாங்களாம்.

Yenna avan solaiya sambalam kettanam. Adhan palapalatha solaiya kuduthuttangalam.

ஜோக் 40

ஒருத்தன் சரியான பசியில் இருந்தானா ஹோட்டலுக்கு போயிட்டு சாப்பாடு ஆர்டர் பண்ணுணானா சாப்பாடும் தட்டுல எடுத்துட்டு வந்து சூடா வச்சுட்டாங்களாம் ஆனா அவன் சாப்பாட சாப்பாடவே இல்லையா ரொம்ப நேரமா அந்த சாப்பாட்ட பார்த்துகிட்டே இருந்தானா ஏன்?

Oruthan sariyana pasiyil irunthana hotel ku poyittu saappadu order pannunana sappadu thattula eduthuttu vanthu sooda vachuttangalam aana avan sappadu sappadave illaiya romba nerama antha saappatta parttukitte irunthana yen?

ஏன்னா அது சீ ஃபுட்டா, (Sea food) அதுனால See பண்ணி பார்த்துட்டே இருந்தானாம்.

Yenna athu sea food, athunaala see panni parthutte irunthanam.

ஜோக் 41

எலிக்கு புடிக்காத ∴புட் (food) என்ன ∴புட் தெரியுமா?

Elikku pudikkadha food enna food theriyuma?

எலுமிச்சை சாதம் ஏன்னா அது தான் எலி சாப்பிட பிடிக்காம மிச்சம் வச்ச சாதமாம்.

Elumichai saadham yenna adhu dhaan elli micham vacha sadhamam sappida pidikkadham.

ஜோக் 42

ஒரு ஆண்ட்டி சூப்பர்ரா சமைப்பாங்க அவங்க ஸ்வீட் பண்ண எல்லாரும் விரும்பி சாப்பிடுவாங்க ஆனா காரம் பண்ண யாருமே சாப்பிட முடியாதாம் ஏன்?.

Oru aunty super ha samaipanga avanga sweet panna ellarum virumbi sapiduvanga aana karam panna yerumea sapida mudiyatham Yen?

ஏன்னா அவங்க பன்னது நமஸ்காரம்.

Yenna avanga pannathu Namaskaram.

ஜோக் 43

பிச்சைக்காரன்: ஐயா! சாமி பிச்சை போடுங்க! நீங்க நல்லா இருப்பீங்க உங்க குடும்பம் நல்லா இருக்கும்.

பணக்காரன்: நான் அய்யாசாமி இல்ல! என் பேரு அரவிந்தசாமி. ஐயாசாமி பக்கத்து தெருவில் இருக்காரு அவர்கிட்ட போய் கேளு.

Pichaikkaran: Aiya! samy pichai podunga! nenga nalla iruppinga unga kudumbam nalla irukkum.

Panakaran: Naan ayya sami illa! en peru aravinda sami. Aiyasami pakkathu theruvil irukkaru avarkitta poi kelu.

ஜோக் 44

ஒரு முனிவர் எப்ப தவம் பண்ணாலும் அவரு முன்னால நாகபாம்பு வந்து நிக்குமாம். ஏன்…?

Oru munivar eppa thavam pannalum avaru munnala nakapambu vandhu nikkumam. Yen…?

 என்னா அவரு முகத்துல தவக்-கலை (தவக்களை) தெரியுமாம்.

Yenna avaru mukathula thavakalai theriyumam.

ஜோக் 45

பொதுவாக வீட்டில் வளர்க்கிற நாய்கள் எல்லாம் ஜாலியா சந்தோஷமா ஹேப்பியா இருக்கு ஆனா ஒரு நாய் மட்டும் வேலைக்கு போச்சா ஏன்?

Pothuvaga veettil valarkkira naigal ellam jaliya santhosama happiya irukku anna oru naai mattum velaikku pocha yen?

ஏன்னா அது லேபர் டாக்.

Yenna athu labour dog.

ஜோக் 46

அமெரிக்கால ஒரு லேடி ஒருத்தவங்க சூப்பரா ஜாக்கெட் பிளவுஸ் எல்லாம் தைப்பாங்களாம்... ஒரு நாள் ஜாக்கெட்ட வடையை வச்சு தைச்சாங்களாம். ஏன்?

Americala oru lady oruthavanga super ha jacket blouse ellam thaippangalam... oru naal jacketta vadaiyai vachu thaichangalam Yen?

ஏன்னா அந்த வடை ஊசி போயிருந்துச்சா... ஊசி போன வடை, அதனால வடையை வச்சு தைச்சாங்களா.

Yenna antha vadai oosi poyirunthucha... oosi pona vadai, athanala vadaiyai vachu thaichangala.

ஜோக் 47

எல்லாரும் கல்யாணம் பண்ண மாப்பிள்ளைய மண்டபத்துக்கு கூட்டிட்டு போவாங்க. ஆனா ஒருத்தன மட்டும் சுடுகாட்டுக்கு கூட்டிட்டு போனாங்க. ஏன்...?

Ellarum kalyanam panna mappillaiya mandabathuku kootitu povanga. Aana oruthana mattum sudukatuku kootitu ponanga. Yen...?

ஏன்னா அவன் அடக்கமான பொண்ணு வேணும்ணு கேட்டானாம். அங்கதான அடக்கம் பண்ண பொண்ணு இருக்கும்.

Yenna avan adakkamana ponnu venumnu kettanam. Angadhana adakkam panna ponnu irukkum.

ஜோக் 48

ஒரு நாய் ஒண்ணு தினமும் டிரெயின் பின்னாடி ஓடுமாம். ஏன்...?

Oru nai onnu dhinamum train pinnadi odumam. Yen...?

ஏன்னா டிரெயினுக்கு முன்னாடி போனா டிரெயின் ஏத்திடும்ல.

Yenna trainukku munnadi pona train yethidumla.

ஜோக் 49

எறும்புங்க எப்பவுமே ஸ்வீட் அதிகமாக சாப்பிடும் ஆனா ஒரு எறும்பு ஸ்வீட்டே சாப்பிடாது. ஸ்வீடே சாப்பிடாத எறும்பு என்ன எறும்பு ?

Erumbunga eppavume sweet adhigamaga sappidum aana oru erumbu sweete sappidathu. Sweet hey sappidaatha erumbu enna erumbu?

செத்துப்போன எரும்பு.

Sethuppona erumbu.

ஜோக் 50

இரவில் ஸ்விம்மிங் பண்ணும் ∴பிஷ் என்ன ∴பிஷ் தெரியுமா?

Iravil swimming pannum fish enna fish theriyuma?

ஸ்டார் ∴பிஷ்.

Star fish.

ஜோக் 51

ஒரு பெரிய ஆறு, ஆத்துக்கு இந்த பக்கம் ஒரு மாடு இருக்கு ஆத்துக்கு அந்த பக்கம் மாட்டோட ஓனர் இருக்காரு, இப்ப அந்த மாடு, அந்த ஆத்த கடந்து ஓனர் கிட்ட வந்துச்சு ஆனா மாடு கொஞ்சம் கூட நனையவே இல்லையே ஏன்?

Oru periya aaru, aathukku intha pakkam oru madu irukku aathukku antha pakkam mattoda owner irukkaru, ippa antha maddu, antha aatha kadanthu owner kitta vanthuchu aana maadu konjam kooda nanaiyave illaiye yen?

ஏன்னா அந்த ஆத்துல தண்ணியே இல்லையா... அதான் மாடு நனையவே இல்லையா...

Yenna antha aathula thanniye illaiya... athan maadu nanaiyave illaiya...

ஜோக் 52

கட்டப்பா: எங்க ப்ளாட்ல குனிஞ்ச தலை நிமிராத ஒரு பொண்ணு இருக்கு...

குட்டப்பா: அடடா இந்த கால்த்துல இப்படி ஒரு பொண்ணா?

கட்டப்பா: ஆமாங்க குனிஞ்சா தல நிமிரவே நிமிராது எப்ப பார்த்தாலும் செல்போனையே நோண்டிட்டு இருக்கும்.

Kattappa: Enga flat la kuninja thalai nimiradha oru ponnu irukku...

Kuttappa: Adada indha kalthula ippadi oru ponna?

Kattappa: Amanga kuninja thala nimirave nimiradhu eppa parthalum cel ponaiye nondittu irukkum.

ஜோக் 53

ஒரு வீட்ல எவ்வளவு சுத்தம் பண்ணினாலும் சாம்பல் வந்துகிட்டே இருக்குமாம். ஏன்...?

Oru veetla evalavu sutham panninalum sambal vandhukitte irukumam. Yen...?

ஏன்னா அவங்க வீட்ல எல்லாரும் எரிஞ்சு எரிஞ்சு விழுவாங்களாம்.

Yenna avanga veetla ellarum erinju erinju viluvangalam.

ஜோக் 54

கணவர்: டாக்டர் என் மனைவியோட ஞாபகம் மறதிய நெனச்சா ஒரே பயமா இருக்கு டாக்டர்.

டாக்டர்: அப்படி என்ன பிரச்சனை?

கணவர்: என்னுடைய புருஷன் யாருன்னு அடிக்கடி என்கிட்டயே கேட்கிறா. அதுதான் பயமா இருக்கு.

Kanavar: Doctor en manaiviyoda napagam marathiya nenacha ore payama irukku doctor.

Doctor: Appadi yenna pirachanai?

Kanavar: Ennudaiya purusan yarunnu adikkadi enkittaye ketkira. Athudhan bayama irukku.

ஜோக் 55

லேடிஸ் பஸ்ல எல்லா லேடிஸ் உக்காந்துகிட்டு ஜாலியா பேசிட்டு வந்தாங்களாம் ஆனா ஒரு லேடி மட்டும் பஸ்ல உட்காரவே இல்லையாம் ஏன்?

Ladies busla ella ladies ukkanthukittu jolly ya pesittu vanthangalam aana oru lady mattum bus la utkarave illaiya yen?

ஏன்னா அவங்க பேரு அமராவதி அதா அமரவே இல்லையாம்.

Yenna avanga peru amaravathi atha amarave illaiyam.

ஜோக் 56

ஒருத்தன் மாவு வாங்க கடலுக்கு போனானாம். ஏன்...?

Oruthan mavu vanga kadalukku ponanam. Yen...?

ஏன்னா அவங்க அம்மா அவன கடல மாவு வாங்க சொன்னாங்களாம்.

Yenna avanga amma avana kadal maavu vanga sonnangalam.

ஜோக் 57

இப்பெல்லாம் போஸ்ட் மேன் (Post man) மாதிரி போஸ்ட் வுமென்னும் (Post women) ஒர்க் பண்ணிட்டு இருக்காங்க ஆனா ஒரு ஊர்ல பாத்தீங்கன்னா போஸ்ட் வுமென் வேண்டாம்னு சொல்லிட்டாங்க ஏன்?

Ippellam post man madhiri post women um work pannittu irukkanga aana oru oorla pathingana post women vendamnu sollittanga yen?

ஏன்ன டெலிவரி ஆவதற்கு பாத்து மாசம் ஆகுமாம்.

Yenna delivari avadharku pathu maasum aagumam.

ஜோக் 58

ஒருத்தன் மியூசிக் கத்துக்க கிராமத்துல இருக்க நெல் வயல்வெளிக்கு போனானாம் ஏன்?

Oruthan music kathuka vayalveliku ponanam yen?

ஏன்னா அவன் கத்துக்க போனது வயலின்

Yenna avan kathuka ponathu vaylin

ஜோக் 59

மஹாராஜாவோட மனைவி காத்தடிச்சா பறந்து போயிடுவாங்களாம். ஏன்...?

Maharajavoda manaivi kaathadicha parandhu poyiduvangalam. Yen...?

ஏன்னா அவங்க பட்டத்து(Kite) ராணியாம்.

Yenna avanga (Kite) pattaththu raniyam.

ஜோக் 60

ஒரு பொண்ணுக்கு பர்த்டேவா அந்த பொண்ணுக்கு அவ ∴ப்ரெண்ட்ஸ் எல்லாருமே சாக்லேட் கேக் அனுப்பிச்சாங்களாம் ஆனா அந்த பொண்ணால அத சாப்பிடவே முடியலையாம் ஏன்?

Oru ponnukku birthday va antha ponnukku ava friends ellarume chocolate cake anuppichangalam aana antha ponnala atha sappidave mudiyalaiyam yen?

ஏன்னா அவங்க எல்லாத்தையும் வாட்ஸ்சப் ல அனுப்பிச்சாங்களாம்.

Yenna avanga ellathaiyum WhatsApp la anuppichangalam.

ஜோக் 61

காது மூக்கு இல்லாத விலங்கு என்ன விலங்கு?

Kaadhu mookku illadha vilangu enna vilangu?

கை விலங்கு. (hand cuff)

kai vilangu. (hand cuff)

ஜோக் 62

பொதுவா எல்லாரும் மார்னிங் தான் வாக்கிங், ஜாக்கிங் போவாங்க, ஆனா ஜப்பான் நாட்டில் இருக்கிற பிரதமர் ஈவினிங் மட்டும் தான் வாக்கிங் போவாங்க ஏன்?

Podhuva ellarum morning dhan walking, jogging povanga aana japan naattil irukkira oru piradhamar evening mattum dhan walking povanga yen?

ஏன்னா அவர் 'பிஎம்' PM அதான் ஈவினிங் மட்டும் வாக்கிங் போவாராம். PM ன்னா ஈவினிங்தான...

Yenna avar 'PM' adhan evening mattum walking povaram. 'PM' na eveningdhana…

ஜோக் 63

ஒரு பொண்ணு காணாம போயிடுச்சா, அந்த பொண்ண எல்லா இடத்துலயும் தேடுனாங்களா கிடைக்கலையா, உடனே அந்த பொண்ணோட அப்பா போலீஸ்ல கம்ப்ளைன்ட் கொடுத்தாரா, அதுக்கு போலீஸ் உங்க பொண்ண நீங்க ஸ்கூல்ல போய் தேடுங்கன்னு சொன்னாரா ஏன்?

Oru ponnu kaanama poyiducha, antha ponna ella idathalayum thedunangala kidaikkalaiya, udane antha ponnoda appa policela complaint koduthara, adhukku police unga ponna neenga schoola poi thedungalnnu sonnara yen?

ஏன்னா அவங்க அப்பா தான் அந்த பொண்ணு மிஸ் ஆயிடுச்சு சொன்னாரு, மிஸ்-லாம் ஸ்கூல்ல தான் இருப்பாங்க, அதான் ஸ்கூல்ல போய் தேட சொன்னாராம்.

Yenna avanga appa dhan andha ponnu miss ayiduchu sonnaru, miss ellam schoola dhaan iruppanga, adhan schoola poi theda sonnaram.

ஜோக் 64

பொதுவா வீடு கட்டறதுக்கு பேங்க்ல கடன் வாங்குவாங்க, காலேஜ் படிக்கிறதுக்கு பேங்க்ல கடன் வாங்குவாங்க, ஒருத்தன் கல்யாணம் பண்ணிக்கிறதுக்காக விவசாய கடன் வாங்கினாராம் ஏன்?

Podhuva veedu kattarathukku bank la kadan vanguvanga, college padikkirathukku bank la kadan vanguvanga, oruthan kalyanam pannikkiradhukkaga viwasaya kadan vanginaram yen?

ஏன்னா கல்யாணம் ஆயிரம் காலத்து பயிராம், அதான் விவசாய கடன் வாங்கினாராம்.

Yenna kalyanam ayiram kalattu payiram, athan viwasaya kadan vanginaram.

ஜோக் 65

சட்டப்படி எப்பவுமே ரூல்ஸோட ஓட்ற வண்டி என்ன வண்டி?

Sattappadi eppavume rulse oda otra vandi enna vandi?

லாரி 'லா'(law) ரி

Lorry (law) ry

ஜோக் 66

டிராபிக் சிக்னல்ல எல்லா வண்டியும் நின்னுட்டு இருந்துதாம், அப்போ கிரீன்(Green) சிக்னல் போட்டாங்களாம் எல்லா வண்டியும் போய்ச்சாம், ஆனா ஒரு வண்டி மட்டும் போகலையாம், திருப்பி யெல்லோ(Yellow) சிக்னல் போட்டாங்களாம் அப்பவும் அந்த வண்டி போகலையா ஏன்?

Tiraffic signal la ella vandiyum ninnuttu irundhudham, appo green signal pottangalam ella vandiyum pocham, aana oru vandi mattum pogalaiyam, thiruppi yellow signal pottangalam appavum antha vandi pokalaiya yen?

ஏன்னா அது ப்ளூ கிராஸ் வண்டியா, ப்ளூ சிக்னல் போட்டா தான் போவாங்கலாம் .

Yenna athu blue cross vandiya, blue signal potta than povangalam.

ஜோக் 67

பெரிய பெரிய மெயின் ரோடுலாம் பார்த்தீங்கன்னா நடுவுல வைட் கலர் கோடு போடுவாங்க ஏன்?

Periya periya main road-lam parthinganna naduvula white color kodu poduvanga yen?

ஏன்னா! கருப்பு கலர் கோடு போட்டா தெரியாதுல்ல அதான் ஒயிட் கலர் கோடு போடுறாங்க.

Yenna! Karuppu color kodu potta theriyadhulla adhan white color kodu poturanga.

ஜோக் 68

வெளிநாட்டில் இருக்கிற பெரிய பெரிய டைரக்டர்ஸ் விட நம்ம ஊர்ல அதிகமா படம் எடுக்கறது யாரு?

Velinattil irukkira periya periya directors vida namma oorla adhigama padam eduthathu yaru?

நாகப்பாம்பு!! அதான் அதிகமா படம் எடுத்தது.

Nagappambu!! Athan athigama padam eduthathu.

ஜோக் 69

ஒரு பெரிய பேமஸான புக் ஷாப் உலகத்தில் இருக்கிற எல்லா புக்கும் அந்த ஷாப்ல கிடைக்கும் ஆனா ஒரு புக் மட்டும் எவ்வளவு தேடிப் பார்த்தாலும் கிடைக்கலையாம் அது என்ன புக்கு?

Oru periya famous ana book shop ulakathil irukkira ella bookkum andha shopla kidaikkum aana oru book mattum evvalavu thedi parthalum kidaikkalaiyam adhu yenna booku?

டுபுக்கு.

Dupukku.

ஜோக் 70

தானத்திலேயே சிறந்த தானம் என்ன தானம்?

Dhanathileye sirandha dhanam enna dhanam?

மதியானம்! அப்பதான் சாப்பிட்டு நல்லா தூக்கம் வரும்.

Madhiyanam! Appadhan sappittu nalla thookkam varum.

ஜோக் 71

∴ப்ளைக்கும் (ஈ) மஸ்கிடோக்கும் என்ன டி∴ப்ரண்ட்?

Fly kum mosqito kum enna different?

மஸ்கிட்டோவால ∴ப்ளை பண்ண முடியும் ஆனா ∴ப்ளையால மஸ்கிட்டோ பண்ண முடியாது

Mosquito vala fly panna mudiyum aana flyaala mosquito panna mudiyathu

ஜோக் 72

ஒரு வீட்ல அப்பா அம்மா பாட்டி ஒரு சின்ன பையன் நாலு பேரு டிவி பார்த்துக்கொண்டே இருந்தாங்களாம் திடீர்னு அந்த பையன் ரிமோட் தூக்கி டிவிய அடிச்சு ஓடச்சிட்டானாம் ஏன்?

Oru veetla appa amma paatti oru chinna paiyan nallu peru TV parthukkonde irunthangalam thidirnu antha paiyan remote ha thookki TV ah adichu odachittanam yen?

ஏன்னா அவங்க பார்த்தது பிரேக்கிங் நியூஸ், அதான் டிவிய ஓடச்சிட்டானாம்.

Yenna avanga paarthadhu breaking news, athan TV ah odachittanam.

ஜோக் 73

தளபதி விஜய் மீசை இல்லாமல் நடிச்ச முதல் படம் என்ன படம்?

Thalapathi Vijay meesai illamal nadicha muthal padam enna padam?

அவர் குழந்தையாக நடிச்ச படம் 'வெற்றி' சைல்ட் ஆர்டிஸ்ட்டா பண்ணிருப்பாரு.

Avar kulanthaiyaga nadicha padam 'vetri' child artista pannirupparu.

ஜோக் 74

ஒருத்தன் டி கடைக்கு போய் பசிக்குது சீக்கிரமா ஒரு டி குடுங்கன்னு கேட்டானாம், உடனே கடைக்காரன் டி எடுத்து அவன் காதுல ஊத்திட்டானாம் ஏன்?

Oruthan tea kadaikku poi pasikkudhu sekkirama oru tea kudungannu kettanam, udane kadaikkaran tea eduthu avan kathula oothittanam yen?

ஏன்னா அவன் பசிக்குது, பசியில காது அடைக்குது சொன்னானாம், அதான் அவன் காதுல ஊத்திட்டானாம்.

Yenna avan pasikkudhu, pasiyila kaadhu adaikkudhu sonnanam, adhan avan kaadhula oothittanam.

ஜோக் 75

ஒரு மெயின் ரோடுல 200 கிலோமீட்டர் ஸ்பீடுல ஒரு கார் வந்துதாம். திடீர்னு அந்த கார் மேல ஒரு ஈ வந்து உக்காந்துருச்சாம். ஏன்...?

Oru main roadla 200 kilometer speedlay oru car vandhudham. Thideernu andha car mela oru ee vandhu ukkandhurucham. Yen...?

ஏன்னா அது ஈரோடு.

Yenna adhu Erode.

ஜோக் 76

தொண்டன்: தலைவர் எதுக்கு முதுகுல எடுத்த எக்ஸ்ரே தூக்கி காட்டுறாரு?

Thondan: Thalaivar edhukku mudhugula edutha X-ray thookki katturaru?

இன்னொரு தொண்டன்: எதிர்க்கட்சிக்காரன் நம்ம தலைவர பார்த்து முதுகெலும்பில்லாதவன்னு சொல்லிட்டானா... அதான் எக்ஸ்ரே தூக்கி காட்டுறாரு.

Innoru thondan: Ethir katchikkaran namma talaivara parthu mudhuguelumpu illadhavannu sollittana... adhan X-ray tookki katturaru.

ஜோக் 77

ரெண்டு ப்ரோ பல வருசமா பக்கத்துல பக்கத்துல இருந்தாங்களாம். ஆனா பேசவே இல்லயாம் ஏன்?

Rendu bro pala varusama pakkathula pakathula irunthangalam Aana pesavea illayam yen?

ஏன்னா அது ஐ ப்ரோவம்

Yenna athu eye brow ham

ஜோக் 78

ஒரு டாக்டர் நல்லா டிரீட்மென்ட் பார்ப்பாரு அவர் ஹாஸ்பிடல் வெளியே அவர் பெயர் போடாம வெறும் மிஸ்டர். MBBS னு போட்டு இருப்பாங்களாம். ஏன்?

Oru Doctor nalla treatment parpparu avar hospital veliye avar peyar podama verum Mr. MBBS nu pottu iruppangalam. Yen?

ஏன்னா, அவர் பெயர் போன டாக்டராம்.

Yenna avar peyar pona doctor.

ஜோக் 79

கட்டப்பா: மச்சான் அவருக்கு எப்படிடா நேத்திக்கடன் நேசமணி பெயர் வந்தது?

Kattappa: Machan avarukku eppadida nethikkadan Nesamani peyar vandhadhu?

குட்டப்பா: எல்லார்கிட்டயும் நேர்த்தியா பேசி கடன் வாங்குவதில் கில்லாடி அவரு... அதா நேத்திக்கடன் நேசமணி பெயர் வந்தது.

Kutappa: Ellarkittayum nerthiya pesi kadan vanguvadhil killadi avaru... adha nethikkadan Nesamani peyar vandhadhu.

ஜோக் 80

எந்த பெண்களாலும் கட்ட முடியாத பட்டு என்ன பட்டு?

Endha pengalalum katta mudiyadha pattu enna pattu?

செங்கல்பட்டு.

sengalpattu

ஜோக் 81

ட்ரையாங்கிள் ரெக்ட்டாங்கிள் இது ரெண்டுத்துல எதுக்கு அறிவு அதிகம்? ரெக்ட்டாங்கிளுக்குதான் அறிவு அதிகம் ஏன்?

Triangle rectangle ithu renduthula ethukku arivu athigam? rectangle dhaan athigam yen?

ஏன்னா அதுக்கு நாலு மூலை இருக்குல்ல.

Yenna athukku naalu moolai irukkulla.

ஜோக் 82

கட்டப்பா: எனக்கு லேசா தலைவலினா கூட என் பொண்டாட்டி அப்படியே துடித்து போயிடுவாள்.

குட்டப்பா: அவ்ளோ பாசமா உங்க மேல?

Kattappa: Enakku lesa thalaivalina kooda en pontatti appadiye thudithu poyiduval.

Kuttappa: Avlo pasama unga mela?

கட்டப்பா: அப்படி எல்லாம் இல்லைங்க... என்னை விட்டால் சமையல் செய்றதுக்கு வேற ஆள் இல்லையே அதான்.

Kattappa: Appadi ellam illainga... ennai veettal samaiyal seyradhukku vera aal illaiye adhan.

ஜோக் 83

2050 இல உலகம் எப்படி இருக்கும்?

2050 la ulagam eppadi irukkum?

உருண்டையா தான் இருக்கும்.

Urundaiya dhaan irukkum.

ஜோக் 84

பொதுவா வலி வந்தா எல்லாரும் கஷ்டப்படுவாங்க அழுவாங்க ஆனா ஒருத்தன் மட்டும் வலி வந்தாலே ரொம்ப ஹேப்பியா ஜாலியா ஆயிடுவானாம் ஏன்?

Podhuva vali vandha ellarum kastappaduvanga aluvaanga aana oruthan mattum vali varudhunale romba happiya jaliya ayiduvanam yen?

ஏன்னா அது தீபாவளியாம்.

Yenna adhu deepavaliyam.

ஜோக் 85

பிரியாணிக்கெல்லாம் காம்பெடிஷன் வச்சாங்கலாம் அந்த காம்பெடிஷன்ல எல்லா பிரியாணியும் கலந்துக்குச்சா ஆனா ஒரு பிரியாணி மட்டும் அதுல பெயில் ஆயிடிச்சாம் ஏன்?

Biriyanikkellam competition vachangalam athula ella biriyaniyum kalanthukkucha aana oru biriyani mattum athula fail aayidicha enna biriyani?

ஏன்னா அது முட்டை பிரியாணி அதுல முட்டை இருக்குறதால அது பெயில் ஆயிடிச்சா.

Yenna adhu muttai biriyani adhula muttai erukiradhala adhu fail ayidicham.

ஜோக் 86

அப்பாராவ்: டேய் உன் பொண்டாட்டி அடிக்கிற அளவுக்கு நீ என்னடா பண்ண?

Apparao: Dei un pondatti adikkira alavukku nee ennada panna?

சுப்பாராவ்: தீபாவளி மீந்த பலகாரத்தை மக்கும் குப்பையில் போடணுமா? மக்காதா குப்பையில் போடணுமான்னு கேட்டேன் அதுக்கு தான் அடிக்கிறா.

Supparao: Deepavali meendha palakarathai makkum kuppaiyil podanuma? Makkadha kuppaiyil podanumannu ketten adhukku dhan adikkira.

ஜோக் 87

ஒருத்தன் கார் கண்ணாடிய அழுத்திட்டே இருந்தானாம். ஏன்...?

Oruthan car kannadiya aluthitte irundhanam. Yen...?

ஏன்னா அந்த கார்ல ப்ரஸ்-னு (Press) எழுதியிருந்துதாம். அதான் அழுத்திட்டே இருந்தானாம்.

Yenna andha Carla press-nu eluthiyirundhudham. Adhan aluthitte irundhanam.

ஜோக் 88

அனகோண்டாக்கும் அலுமினிய குண்டாக்கும் என்ன வித்தியாசம் தெரியுமா?

Anakondakkum Aluminiya kundakkum enna vithiyasam theriyuma?

தண்ணிக்கு உள்ள இருந்தா அது அனகோண்டா. உள்ள தண்ணி இருந்தா அது அலுமினியம் குண்டா.

Thanniku ulla iruntha adhu anakonta. Ulla thanni irunta athu aluminiya kunda.

ஜோக் 89

ஒருத்தன் டை கட்டிட்டு ஆபீஸ் போனானாம். அவன ஆபீஸ விட்டே தூக்கிட்டாங்களாம். ஏன்...?

Oruthan tie kattitu office ponanam. Avana office-ah thookitangalam. Yen...?

ஏன்னா அவன் டிரஸ்சே போடாம வெரும் டை மட்டும் கட்டிட்டு போனானாம். அதான் ஆபீஸ விட்டே தூக்கிட்டாங்களாம்.

Yenna avan dress-eh podama verum tie mattum kattitu ponanam. Adhan office-ah vitte thookkitangalam.

ஜோக் 90

சிஷ்யன்: சுவாமி நான் நினைச்சதெல்லாம் அப்படியே நடக்குறதுக்கு நான் என்ன செய்யணும்?

Sishyan: Swami naan ninaichadhellam appadiye nadakkurathukku naan enna seyyanum?

சத்யானநந்தா: நடக்கறதா பார்த்து நினைச்சுக்கோங்க எல்லாம் நடக்கும்.

Sathyananda: Nadakkaradha paarthu ninaichukkonga ellam nadakkum.

ஜோக் 91

மினி: நம்ம டீச்சர் போன ஜென்மத்துல என்னவா இருந்திருப்பாங்க?
ஜெனி: தெரியலையே!
மினி: அவங்க கோழியா இருந்திருப்பாங்க.
ஜெனி: ஏன் இப்படி சொல்ற.

Mini: Namma teacher pona jenmathula ennava irunthiruppanga?
Jenny: Theriyalaiye!
Mini: Avanga koliya irunthiruppanga.

Jenny: Yen ippadi solra.

மினி: சின்ன தப்புக்கெல்லாம் அவங்க முட்டை போடறாங்களே.

Mini: Chinna thappukkellam avanga muttai podarangale.

ஜோக் 92

செல்போன்ல நிறைய ஆப் (App) இருக்கும் ஆனால் ஒரு ஆப் மட்டும் இருக்காது அது என்ன (App)?

Cell phone la niraiya app irukkum aanal oru app mattum irukkadhu adhu enna App ?

மத்தாப்பு

Mathappu

ஜோக் 93

ஒரு அரண்மனையில பெரிய கேக் செஞ்சாங்களாம். அப்போ பக்கத்துல நின்னுட்டு இருந்த காவலாளிய தூக்கி கேக் சட்டியில போட்டுட்டாங்களாம். ஏன்...?

Oru aranmanaiyila periya cake senjangalam. Appo pakkathula ninnutu irundha kavalaliya thookki cake sattiyila poottuttangalam. Yen...?

ஏன்னா அவரு பேரு சீனிசக்கரவர்த்தியாம்.

Yenna avaru peru seenisakkaravarthiyam.

ஜோக் 94

ஒரு திருடன் ஜெயில்ல இருந்து தப்பிச்சு ஒரு சூட்டிங் ஸ்பாட்டுக்கு வந்துட்டானாம் அந்த சூட்டிங் ஸ்பாட்ல அஜித் சார் நடிச்சிட்டுயிருந்தாறா உடனே அந்த திருடன் அஜித் சார் பின்னாடி போய் ஒளிஞ்சிகிட்டானாம் ஏன்?

Oru thirudan jeyilla irunthu thappichu oru shooting spotuku vanthuttanam antha shooting spotla ajith sir nadichittu irunthara udane antha thirudan ajith sir pinnadi poi olinchukittanam yen?

ஏன்னா அவன் தலை மறைவா இருந்தானாம்.

Yenna avan thalai maraiva irunthanam.

ஜோக் 95

கணவர்: என்ன தவிர எந்த நாயாவது உன்ன பொண்ணு பாக்க வந்திருக்குமா?

Kanavar: Enna thavira entha nayavadhu unna ponnu paakka vandhirukkuma?

மனைவி: ஏன் வரல உங்க அப்பா அம்மாவும் வந்தாங்கள்ள.

Manaivi: Yen varala unga appa ammavum vanthangalla.

ஜோக் 96

பெண்: டாக்டர் மூக்கு ஒழுகுது டாக்டர்.

டாக்டர்: எப்போதிலிருந்து?

பெண்: நான் உள்ள நுழைஞ்சதுல இருந்து தான்.

டாக்டர்: பார்த்தா தெரியலையே.

Penn: Doctor mookku oluguthu doctor.

Doctor: Eppothilirundhu?

Penn: Naan ulla nulainjadhula irundhu dhaan.

Doctor: Partha theriyalaiye.

பெண்: அட எனக்கு இல்ல டாக்டர் உங்களுக்கு தான் தொடச்சி தொலைங்க.

Penn: Ada enakku illa doctor ungalukku dhan thodachi tholainga.

ஜோக் 97

வீக்லி செவன் டேஸ் இருக்கு அந்த 7 டேஸ்ல மீனுக்கு பிடிக்காத நாள் இருக்கு அது என்ன டே?

Weekly sevan days irukku andha 7 days la day meenukku pidikkatha day irukku athu enna day?

∴ப்ரைடே! ஏன்னா அன்னைக்குதான ∴ப்ரை பண்ணுவாங்க, அதனால ∴ப்ரைடேனால மீனுக்கு பிடிக்காதாம்.

Friday! Yenna annaikkuthana fry pannuvanga, athanala fryday naley meenukku pidikkatham.

ஜோக் 98

ஒரு ஊர்ல ஒரு நல்ல மனுஷன் இருந்தாராம். எல்லாருக்கும் சில்லரை வேணும்னா அவர்கிட்டதான் போய் கேப்பாங்களாம். ஏன்...?

Oru oorla oru nalla manushan irundharam. Ellarukkum sillarai venumna avarkittadhan poyi keppangalam. Yen...?

ஏன்னா அவரு ரொம்ப நாணயமானவர். அதான் அவர்கிட்ட சில்லரை கேட்டாங்களாம்.

Yenna avaru romba nanayamanavar. Adhan avarkita sillarai kettangalam.

ஜோக் 99

நாய் ஏன் கொறைக்குது தெரியுமா?

Naai yen koraikkudhu theriyuma...?

ஏன்னா அதுக்கு கூட்டவோ பெருக்கவோ தெரியாது.

Yenna adhukku koottavo, perukkavo theriyaadhu.

ஜோக் 100

எல்லாரும் லவ்வர (Girl friend) பாக்க கிரீட்டிங் கார்டோடதான் போவாங்க. ஆனா ஒருத்தன் மட்டும் பூ, பழம், கற்பூரம் எல்லாம் எடுத்துட்டு போனானாம். ஏன்...?

Ellarum lover-ah paaka greeting card-odadhan povanga. Aana oruthan mattum poo, palam, karpooram, ellam eduthuttu ponanam. Yen...?

ஏன்னா அது தெய்வீக காதலாம்.

Yenna adhu dheyveeka kadhalam.

ஜோக் 101

ஒரு ஊர்ல வாரத்துல ஆறு நாள் மழையும் குளுருமா இருக்குமாம்; ஆனா ஒரு நாள் மட்டும் சரியான வெயில் அடிக்குமாம் ஏன்?

Oru oorla vaarathula aaru naalum rainum kuluruma irukkumam; aana oru naal mattum sariyana veyil adikkumam yen?

ஏன்னா அன்னைக்கு (SUNDAY) சன்டேவாம்; சன்னோட டேவாம் அதுனால வெயில் அடிக்குமாம்.

Yenna annaikku Sunday vaa; Sunnoda day vaam athunaala veyil adikkumaam.

ஜோக் 102

பேஷன்ட்: கிட்னிக்கு உள்ள இருக்கிற கல்லை எடுக்க சொன்னா எதுக்கு சார் கிட்னியை எடுத்தீங்க?

Patient: Kidney ulla erukura kallai edukka sonna edhukku sir kidniyai edutheenga?

டாக்டர்: கிட்னி இருந்தா தானே கல்லு சேருது அதனாலதான் கிட்னியை எடுத்துட்டோம்.

Doctor: Kidney iruntha thane kallu serudhu adhanaladhan Kidney ha eduthuttom.

ஜோக் 103

ஒரு காட்டுல எல்லா பாம்பும் படம் எடுத்து ஆடுச்சான் ஆனா ஒரு பாம்பு மட்டும் படம் எடுக்காம சோகமா இருந்துச்சா ஏன்?

Oru kattula ella paambum padam eduthu aduchan aana oru paambu mattum padam edukkama sogama irunthucha yen?

ஏன்னா அந்த பாம்பு அதுக்கு முன்னாடி எடுத்த படம் சரியா ஓடலையாம் அதான் சோகமா படம் எடுக்காம இருந்துச்சாம்.

Yenna antha paambu athukku munnadi edutha padam sariya odalaiyam athan sogama padam edukkama irunthucham.

ஜோக் 104

வரி குதிரை இல்லாத நாடு எங்க இருக்கு?

Vari kuthirai illatha nadu enga irukku?

வேர்ல்டு மேப்ல இருக்கு.

World Map la irukku.

ஜோக் 105

அப்பா: தரகரே என் பையனுக்கு இருக்கிற இடமே தெரியாத பொண்ணா பாத்து சொல்லுங்க.

Appa: Tharakare en paiyanukku irukkira idame theriyadha ponna pathu sollunga.

தரகர்: சார் இருக்குற இடம் தெரியலன்னா எப்படி சார் பொண்ண பாக்க முடியும்?

Tharakar: Sir irukkura idam theriyalanna eppadi sir ponna pakka mudiyum?

ஜோக் 106

ஒரு நடிகைக்கு அவங்க ரசிகர்கள் எந்த கிப்ட் கொடுத்தாலும் வாங்கிப்பாங்களாம் ஆனா ஃப்ரூட்ஸ் கொடுத்தா மட்டும் வாங்கவே மாட்டாங்களாம் ஏன்?

Oru nadigaikku avanga rasigarkal entha gift koduthalum vangippankalam aana fruits kodutha mattum vangave mattangalam yen?

ஏன்னா ஃப்ரூட்ஸ்ச வாங்குனா பழம்பெரும் நடிகைன்னு சொல்லிருவாங்களாம் அதான் ஃப்ரூட்ஸ்ச வாங்கவே மாட்டாங்களாம்.

Yenna fruit sa vanguna palamperum nadikainnu solliruvangalam athan fruit sa vangave mattangalam.

ஜோக் 107

கோர்ட்ல சாட்சி சொல்ல எல்லாரும் வந்தாங்க ஆனா ஒரு சாட்சி மட்டும் வரலையாம் ஏன்?

Courtla saatchi solla ellarum vanthanga aana oru saatchi mattum varalaiyam yen?

ஏன்னா அது மனசாட்சி.

Yenna adhu manasaatchi.

ஜோக் 108

பேரன்: தாத்தா நான் ஓட்டப்பந்தயத்தில் கலந்துக்க போறேன் என்னை வாழ்த்தி அனுப்புங்க.

Peran: Thaatha naan ottappanthayathil kalanthukka poren ennai vaalthi anuppunga.

தாத்தா: நல்லது பா பார்த்து மெதுவா ஓடுப்பா.

Thaatha: Nalladhu pa paarthu medhuva oduppa.

ஜோக் 109

ராமர்: இன்ஸ்பெக்டர் ஐயா! உடனே என் மனைவியை கைது செய்ங்க.

இன்ஸ்பெக்டர்: என்னப்பா என்ன ஆச்சு?

ராமர்: என் மனைவி மேல இரும்பு கம்பியை தூக்கி நான் வீசிட்டேன்.

இன்ஸ்பெக்டர்: டேய் அதுக்கு உன்னதானடா கைது செய்யணும் உன் மனைவியை ஏன்டா கைது செய்யணும்?

ராமர்: ஐயோ! இன்ஸ்பெக்டர், நான் இரும்பு கம்பியை தூக்கி என் மனைவி மேல வீசினேன் அது குறி தவறிச்சு, இப்ப அந்த கம்பியை மனைவி எடுத்துகிட்டு வெறியோடு என்ன அடிக்க தேடிட்டு இருக்கா.

Ramar: Inspector aiya udane en manaiviyai kaidhu seynga.

Inspector: Ennappa enna achu?

Ramar: En manaivi mela irumbu kambiyai thookki naan veesitten.

Inspector: Dei adhukku unnadhanada kaidhu seyyanum un manaiviyai enda kaidhu seyyanum?

Ramar: Aiyo inspector, naan irumbu kambiyai thookki en manaivi mela veesinen adhu kuri thavarichu, ippa andha kambiyai manaivi eduttukittu veriyodu enna adikka thedittu irukka.

ஜோக் 110

ஒருத்தன் ஆபீஸ் போயிட்டு இருக்கும்போது திடீர்னு பயங்கரமா மழை வந்துச்சா உடனே சாமி கும்பிட்டானாம் ஏன்?

Oruthan office poyittu irukkumpodhu tidirnu nalla malai vanthucha udane vettukku poi sami kumbittana yen?

ஏன்னா அது பேய் மழையாம். அதான் பயந்து போயி சாமி கும்பிட்டானா.

Yenna adhu pei malaiya.

ஜோக் 111

ஒரு முனிவர் மேல உட்கார்ந்து சாப்பிட்டாரு அதை இங்கிலீஷ்ல ஒரே வார்த்தைல எப்படி சொல்லுவீங்க

oru munivar utkarnthu mela sappittaru adhai englishla ore varthaila eppadi solluvinga

அப் ரிஷி யேட். (Appreciate)

Appreciate

ஜோக் 112

ஒருத்தன் எக்ஸாமுக்கு டி∴பரண்டான ஹேர் ஸ்டைல் வச்சிகிட்டு, கலர் கலரா டிரஸ் போட்டுகிட்டு போனானாம். ஏன்...?

Oruthan exam-ku different-aana hair style vachikittu, color color-ah dress pottukittu ponanam. Yen...?

ஏன்னா அது மாடல் எக்ஸாமாம்.

Yenna adhu model examam.

ஜோக் 113

ஒருத்தன் ∴பேன்ல தூக்கு மாட்டிகிட்டானாம். ஆனா அவன் சாகவே இல்லையாம். ஏன்?

Oruthan fan la thookku mattikitanam. Aana avan sagave illaiyam. Yen?

ஏன்னா அவன் டேபிள் பேன்ல தூக்கு மாட்டிகிட்டானாம்.

Yenna avan table fan la thookku mattikitanam.

ஜோக் 114

ஒருத்தன் மூச்சு முட்ட குடிச்சானாம். ஆனா அவனுக்கு போதையே ஏறலையாம். ஏன்...?

Oruthan moochu mutta kudichanam. Aana avanukku bodhaiye yeralayam. Yen...?

ஏன்னா அவன் தண்ணி குடிச்சானாம்.

Yenna avan thanni kudichanam.

ஜோக் 115

ஒருத்தன் தொடர்ந்து மூணு மணி நேரம் டிவி பாத்துட்டு இருந்தான் திடீர்னு சீரியாகி மயங்கி கீழ விழுந்துட்டானாம்! ஏன்?

Oruthan thodarnthu moonu mani neram TV paathuttu irunthan thidirunu mayangi keela villunthutanam yen?

ஏன்னா அவன் வெப் சீரிஸ் பார்த்தானா சீரிஸ் பார்த்ததுனால ரொம்ப சீரியஸ் ஆயிட்டானாம்.

Yenna avan web series parthanam series parthathunala romba serious ayittanam.

ஜோக் 116

ஒருத்தன் டாக்டர் குடுத்த மருந்த சாப்பிட்டானாம். அத சாப்பிட்ட உடனே அவன் பக்கத்துல இருந்தவன் மயங்கி விழுந்துட்டானாம். ஏன்...?

Oruthan doctor kudutha marundha sapittanam. Adha sapitta udane avan pakkathula irundhavan mayangi vilundhuttanam. Yen...?

ஏன்னா அந்த மருந்துல சைடு எஃபெக்ட் அதிகமாம்.

Yenna andha marundhula side effect adhikamam.

ஜோக் 117

கட்டப்பா: கம்பி மேல நடந்து காட்றேன்னு சொல்லி, பந்தயம் கட்டுனான் நானும் கட்டினேன் இப்ப என்னை ஏமாத்திட்டான் மச்சான்?

குட்டப்பா: எப்படிடா?

கட்டப்பா: கம்பிய கீழே போட்டிட்டு அது மேல நடந்து காட்டுனான்.

Kattappa: Kambi mela nadandhu kattarennu solli, pandhayam kattuna naanum kattinen ippa ennai emathittan machan?

Kuttappa: Eppadida?

Kattappa: Kambiya kele pottittu athu mela nadandhu kattunan.

ஜோக் 118

ஒரு சுகர் பேஷண்டுக்கு திடீர்னு வயிற்றுவலியாம் உடனே ஒரு டாக்டர் கிட்ட கொண்டு போனாங்களாம் டாக்டர் நிறைய ட்ரீட்மெண்ட் பண்ணி பார்த்தாராம் அவருக்கு வயித்து வலி குறையவே இல்லையாம் சரி உடனே ஆபரேஷன் பண்ணலான்னு வயித்த கிழிச்சு பார்த்தா! வயித்துல நிறைய ஸ்பூன் இருந்ததாம் ஏன்?

Oru sugar pesantukku dhidirnu kadumaiyana vayirru valiya udane oru doctor kitta kondu ponangalam doctor neraiya treatment panni partharam avarukku vayiru vali kuraiyave illaiyam sari udane operation pannalannu stomach-ah open panni partha! Vaithula niraya spoon irunthutham. Yen?

ஏன்னா! டாக்டர்தான் டெய்லி ஒரு ஸ்பூன் மருந்து சாப்பிடுங்கன்னு சொன்னாரு, அதான் அந்த முட்டாள் டெய்லி ஒரு ஸ்பூன சாப்பிட்டானா.

Yenna! Doctor than Daily oru spoon marunthu sapidunganu sonnaru, athan antha muttal daily oru moodi ha sapitana.

ஜோக் 119

ரொம்ப காஸ்ட்லியான கிழமை என்ன கிழமை தெரியுமா?

Romba costliyana kilamai enna kilamai theriyuma?

காஸ்ட்லியான கிழமை வெள்ளிக்கிழமை. ஏன்னா வெள்ளினா 'சில்வர்'.

Costly yana kilamai vellikkilamai. Yenna vellila 'Silver'.

ஜோக் 120

ஒருத்தன் ஹெல்மெட்டை போட்டுட்டு பைக் ஓட்டுனானாம் அவன போலீஸ் புடிச்சுட்டாங்களாம். ஏன்?

Oruthan helmettai pottuttu bike ottunana avana police pudichuttangalam. Yen?

ஏன்னா அவன் ஹெல்மெட்டை வீட்ல போட்டுட்டு பைக் ஓட்டினானாம்.

Yenna avan helmettai veetla pottuttu bike ottinanam.

ஜோக் 121

ரெண்டு பேரு போன்ல பேசிக்கிறாங்க...

கட்டப்பா: மாப்ள எங்கடா இருக்க?

குட்டப்பா: நான் பழனிக்கு மொட்டை போட திருப்பதி போயிட்டு இருக்கேன் டா?

கட்டப்பா: டேய் பழனிக்கு மொட்டை போட எதுக்குடா திருப்பதி போயிட்டு இருக்க

குட்டப்பா: டேய் என் தம்பி பழனி இருக்கான்ல அவனுக்கு மொட்டை போட போயிட்டு இருக்கேன் டா ஐயோ ஐயோ.

Rendu peru phonela pesikkiranga…

Kattappa: Maapla engada irukka?

Kuttappa: Naan palanikku mottai poda tiruppathi poyittu irukken da.

Kattappa: Dey palanikku mottai poda edhukkuda tiruppathi poyittu irukka?

Kuttappa: Dei en thambi palani irukkanla avanukku mottai poda poyittu irukken da aiyo aiyo.

ஜோக் 122

கண்தானம், அன்னதானம், இரத்ததானம்னு, நிறைய தானம் இருக்கு ஆனா உலகத்திலேயே மிகப்பெரிய தானம் எது தெரியுமா?

Kandhanam, annadhanam, irathadhanam, niraiya dhanam irukku aana ulakathileye miga periya dhanam ethu theriyuma?

மைதானம்.

Maidhanam.

ஜோக் 123

அப்பா: சாமிகிட்ட எனக்கு நல்ல புத்திய கொடுன்னு வேண்டிக்கபா

பையன்: சாமி எங்க அப்பாவுக்கு நல்ல புத்திய கொடு.

அப்பா: டேய். உனக்கு வேண்டிக்க சொன்னா எனக்கு வேண்டிகிறயா.

Appa: Samikitta enakku nalla puthiya kodunnu vendikkapa.

Paiyan: Samy enga appavukku nalla puthiya kodu.

Appa: Dei. Unakku vendikka sonna enakku vendukiraya.

ஜோக் 124

ஒரு ரெண்டு பசங்க பைக் ஓட்டினே போயி ஆக்சிடண்ட் பண்ணிட்டாங்களாம், அந்த ரெண்டு பேருக்கும் ட்ரீட்மென்ட் கொடுத்தாங்களாம் டாக்டர். அதுல ஒருத்தன உக்காரவச்சிட்டு ட்ரீட்மென்ட் குடுத்தாங்களாம், ஒருத்தனக்கு மட்டும் படுக்கவச்சி ட்ரீட்மென்ட் கொடுத்தாங்களாம். ஏன்?

Oru rendu pasanga bike ottine poi accident pannittangalam, antha rendu perukkum treatment koduthangalam doctor. Athula oruthana ukkaravaichu treatment kuduthangalam, oruthanakku mattum padukkavachu treatment koduthangalam. Yen?

ஏன்னா அவனுக்கு படுகாயமாம்.

Yenna avanukku padukayamam.

ஜோக் 125

துறைமுகத்தில் கப்பல் போனா என்ன ஆகும்?

Thuraimukathil kappal pona enna agum?

துரை முகம் நசிங்கிரும்.

Thurai mugam nasingirum.

ஜோக் 126

ஒருத்தன் ஒரு வீட்டுக்கு திருட போனானாம். அங்க ஒரு பீரோல நகை இருந்ததாம், ஒரு பீரோல பணம் இருந்ததாம். அதலாம் விட்டுட்டு அந்த வீட்ல இருந்த பொண்ணோட தாலிய திருடிட்டு வந்துட்டானாம். ஏன்...?

Oruthan oru veetukku thiruda ponanam. Anga oru bero-la nagai irundhadham. Oru bero-la panam irundhadham. Adhalam vittuttu andha veetla irundha ponnoda thaliya thirudittu vandhuttanam. Yen...?

ஏன்னா அது அவனுக்கு முதல் திருட்டாம். அதான் மங்களகரமா இருக்கட்டும்னு தாலிய திருடிட்டு வந்துட்டானாம்.

Yenna adhu avanukku mudhal thiruttam. Adhan mangalakarama irukkattumnu thaliya thirudittu vandhuttanam.

ஜோக் 127

காத்து அதிகமா அடிக்கிற ஊரு எது?

Kaathu adhigama adikkira ooru ethu?

ஏற்காடு.

Erkaadu.

ஜோக் 128

ஒருத்தன் காட்டுக்குள்ள ஒரு மானை கொண்ணுட்டானாம். அத ஒரு பன்னி எல்லார்கிட்டயும் போட்டு குடுத்துருச்சாம். ஏன்...?

Oruthan kattukulla oru maanai konnuttanam. Adha oru panni ellarkittaiyum pottu kuduthurucham. Yen...?

ஏன்னா அது காட்டுபன்னியாம். அதான் காட்டி குடுத்துருச்சாம்.

Yenna adhu kattupanniyam. Adhan kaatti kuduthurucham.

ஜோக் 129

ஒருத்தன் என்ன பண்ணான் ஒரு சொம்பு பால் எடுத்துட்டு போயி நாயோட காதுல ஊத்திட்டானாம் ஏன்?

Oruthan enna pannan oru sombu paal eduttuttu poi naayoda kaathula oothittanam yen?

ஏன்னா அவங்க அம்மா தான் சொன்னாங்களாம் நாய் வாயில்லாத ஜீவன்னு, அதான் காதுல ஊத்திட்டானாம்.

Yenna avanga amma dhan sonnangalam naay vayilladha jivannu, athan kaathula oothittanam.

ஜோக் 130

ஒரு பையன் பசியில போன கடிச்சு சாப்பிட்டானாம். ஏன்...?

Oru paiyan pasiyila phone-ah kadichu sappittanam. Yen…?

ஏன்னா அது ஆப்பிள் (Apple) போனாம்.

Yenna adhu apple phone-aam

ஜோக் 131

விவசாயிகளுக்கு புடிச்ச நடிகர் யாரு?

Vivasaigaluku pudicha nadigar Yaru?

மம்முட்டி

Mammooty

ஜோக் 132

ஒருத்தன் ரேஷன் கடையில சர்க்கரை வாங்கினு விறு விறுன்னு நடந்து வீட்டுக்கு வந்தானா வீட்டுக்கு வந்து பார்த்தா அஞ்சு கிலோ சக்கரதா இருந்துச்சா ஏன்?

Oruthan resan kadaiyila sarkkarai vanginu viru virunnu nadanthu veettukku vandhana veettukku vandhu partha anju kilo sakkaradha irundhucha yen?

நடந்தா சர்க்கரை குறையுமாம்.

Nadandha sarkkarai kuraiyumam.

ஜோக் 133

இந்தியாவிலேயே அதிகமாக பணம் வைத்திருக்கிற மாநிலம் என்ன மாநிலம்?

Indiavileye athikamaga panam vaithirukkira manilam enna manilam?

காஷ்மீர்! காஷ் நிறைய இருக்குமாம்.

Kashmir! Cash niraiya irukkumam.

ஜோக் 134

ஆர்டினரி கோழிக்கு எத்தனை கால்?

Ordinary kolikku ethanai kaal?

பத்து கால்.

புரியலையா?

ஆடு, நரி, கோழி, ஆடுக்கு நாலு கால், நரிக்கு நாலு கால், கோழிக்கு இரண்டு கால்.

Pathu kaal.

Puriyalaiya?

Aadu, nari, koli, aattukku naalu kaal, narikku naalu kaal, kolikku irandu kaal.

ஜோக் 135

ரொம்ப நீளமான பழம் எது?

Romba lengthana palam edhu?

நாவல் பழம் (Novel). ஏன்னா நாவல்னாலே நீளம் தானே ரொம்ப பெருசா இருக்கும்ல.

Naaval palam. Yenna naaval naale neelam dhaane romba perusa irukkumla.

ஜோக் 136

நர்ஸ்: டாக்டர், அந்த பேஷண்டுக்கு இம்ப்ரூவ்மெண்ட் இல்லன்னு எப்ப பாரு கேட்டுகிட்டே இருக்காங்க.

Nurse: Doctor, andha pesantukku improvement illannu eppa paaru kettukitte irukkaanga.

டாக்டர்: சரி அப்ப அவர முதல் மாடியில் இருந்து நாலாவது மாடிக்கு ஷிப்ட் பண்ணிருங்க இம்ப்ரூவ்மென்ட் ஆயிடும்.

Doctor: Sari appa avara muthal maadiyil irunthu naalavathu maadikku shift pannirunga improvement aayidum.

ஜோக் 137

கண்ணீருக்கும் தண்ணீருக்கும் என்ன வித்தியாசம்?

Kanneerukum thanneerukum enna vitthiyasam…?

ஒரு எழுத்துதான் வித்தியாசம்.

Oru elutthudhan vithiyasam.

ஜோக் 138

ஒரு இட்லி சினிமால படம் நடிக்க போச்சாம். ஏன் தெரியுமா…?

Oru idli cinemala padam nadikka pocham. Yen theriyuma…?

ஏன்னா அது குஷ்பூ இட்லியாம்.

Yenna adhu kushboo idliyam.

ஜோக் 139

தண்ணி தெளிச்சு எதுக்கு கோலம் போடுறாங்க தெரியுமா?

Thanni thelichu edhuku kolam poduranga theriyuma?

ஏன்னா கோலம் போட்டு தண்ணி தெளிச்சா கோலம் அழிஞ்சிடும்ல

Yenna kolam pottu thanni thelicha kolam alinjidum.

ஜோக் 140

பஸ் கண்டக்டர்: சார் பார்த்தா படிச்சவராட்டம் இருக்கீங்க டிக்கெட் எடுக்காம ஒக்காந்து இருக்கீங்க.

Bus conductor: Sir partha padichavarattam irukkeenga ticket edukkama okkandhu irukkeenga.

பயணி: ஒ அப்படின்னா படிக்காதவன் டிக்கெட் எடுக்க தேவ இல்லையா?

Payani: O appadinna padikkathavan ticket edukka theva illaiya?

ஜோக் 141

காப்பிய விட டீ தான் நல்லது. ஏன்னு தெரியுமா?

Coffee-ya vida tea-than nalladhu. Yennu theriyuma?

ஏன்னா (Coffee) காபில ரெண்டு ஈ இருக்கு, (Tea) டீ-யில ஒரு ஈ தான் இருக்கு.

Yenna coffee -la rendu E irukku. Tea -la oru E dhan iruku.

ஜோக் 142

எல்லா டிரஸ்லையும் ஈசியா துவைக்கலாம் ஆனா ஒரு டிரஸ் மட்டும் துவைக்கிறது ரொம்ப கஷ்டம் அது என்ன டிரஸ்?

Ella dressaiyum easya thuvaikkalam aana oru dress mattum thuvaikkiradhu romba kastam athu enna dresss?

அட்ரஸ்!

Address!

ஜோக் 143

இன்ஸ்பெக்டர்: டேய் பட்டாசு பாலு சின்ன வயதிலேயே உன் பிள்ளைக்கு திருட கத்து கொடுத்து இருக்கியே உனக்கு கொஞ்சமாவது அறிவு இருக்கா?

Inspector: Dei pattasu balu chinna vayathileye un pillaikku thiruda kathu koduthu irukkiye unakku konjamavadhu arivu irukka?

திருடன்: சார்! நீங்க தான சார் சொன்னீங்க, ஐந்தில் வளையாதது ஐம்பதில் வளையாதுன்னு, அதான் சார் இப்பவே கத்து கொடுத்துட்டேன்.

Thirudan: Sir! Neenga dhana sir sonneenga, aindhil valaiyadhathu aimbadhil valaiyadhunnu, adhan sir ippave kathu koduthutten.

ஜோக் 144

வடகொரியா மக்களுக்கு கொசு-னா என்னனே தெரியாது ஏன்?

Vada korea makkaluku kosu na ennaney theriyathu Yen?

ஏன்னா கொசு என்கிறது தமிழ் வார்த்தை அவங்களுக்கு எப்படி அர்த்தம் தெரியும்

Yenna kosu ingaruthu tamil vartha avangaluku epadi artham theriyum

ஜோக் 145

கண் வலிக்கு முக்கிய காரணம் என்ன?

kan valikku mukkiya Karanam enna...?

கண் தான்.

kan dhan.

ஜோக் 146

ஒரு நாட்டின் நல்ல குடிமகனுக்கு என்ன தேவை?

Oru nattin nalla kudimakanukku enna thevai...?

ஊருகாய்தான்.

Oorukaithaan.

ஜோக் 147

ஒரு குழந்தைக்கு சரியான பசியாம். பசில டேபிளை கடிச்சு சாப்பிட்டுச்சாம். ஏன்...?

Oru kulandhaikku sariyaana pasiyam. Pasila table-ai kadichu sappittucham. Yen...?

ஏன்னா அது வெஜிடேபிளாம்.

Yenna adhu vegetable-am.

ஜோக் 148

நார்திலிருந்து சவுத்துக்கு ஒரு எலக்ட்ரிக் ட்ரெயின் வருது, இப்ப அதுல இருந்து வர புகை எந்த டைரக்ஷன்ல போகும்?

North la irundhu south ku oru electric train varudhu, eppa adhula irundhu vara pugai endha directionla pogum?

எலக்ட்ரிக் ட்ரெயின்ல புகையே வராது!

Electric trainla pugaiye varadhu!

ஜோக் 149

கிணத்துல கல்ல போட்டா ஏன் உள்ள போகுது?

Kinathula kalla potta yen ulla pokudhu...?

ஏன்னா அதுக்கு ஸ்விம்மிங் தெரியாது.

Yenna adhuku swimming theriyadhu.

ஜோக் 150

உலகத்திலேயே காது மூக்கு இல்லாத நரி எந்த நரி?

Ulagathilayea Kathu mooku illatha Nari entha Nari?

டி.கூஷனரி.

Dictionary.